Matthias Fiedler

Ang Konsepto ng Innovative na Pagtutugma ng Real Estate: Pinadaling Real Estate Brokerage

Pagtutugma ng Real Estate: Episyente, madali at propesyonal na real estate brokerage na may innovative na portal sa pagtutugma ng real estate

Mga Detalye sa Paglalathala –Impressum | Legal na Abiso

1.Edisyon bilang Nakalimbag-Libro | Pebrero 2017
(Orihinal na nalathala sa Aleman, Disyembre 2016)

Matthias Fiedler
Erika-von-Brockdorff-Str. 19
41352 Korschenbroich
Germany
www.matthiasfiedler.net

Paglimbag at produksiyon:
Tingnan ang nakaimprenta sa huling pahina

Disenyo ng Takip: Matthias Fiedler
Paglikha ng E-Book: Matthias Fiedler

ISBN-13 (Paperback): 978-3-947184-53-8
ISBN-13 (E-Book mobi): 978-3-947128-10-5
ISBN-13 (E-Book epub): 978-3-947128-11-2

Bibiyograpikong impormasyon ng Deutsche Nationalbibliothek: Tinatala ng Deutsche Nationalbibliothek ang publikasyong ito sa Deutsche Nationalbibliografie; ang detalyadong bibliyograpikong data ay makukuha sa Internet sa http://dnb.d-nb.de.

BUOD

Ipinapaliwanag ng libring ito ang rebolusyonaryong konsepto para sa pandaigdigang portal sa pagtutugma ng real estate (app) na may kalkulasyon ng makatwirang potensiyal ng benta (Bilyon Dolyar), na kasama sa software ng ahensiya ng real estate kasama ang pagtatasa ng real estate (Trilyong Dolyar na potensiyal ng benta).

Nangangahulugan ito na ang residensiyal at komersiyal na real estate, okupado man ng may-ari o inuupahan, ay episyente at nasa paraang makatitipid ng oras na mabo-broker. Kinabukasan ng innovative at propesyonal na real estate brokerage para sa lahat ng mga ahente ng real estate at may-ari ng pag-aari. Ang pagtutugma ng real estate ay gumagana sa halos lahat ng bansa at pati sa pagtawid sa mga bansa.

Sa halip na "pagdadala "ng mga pag-aari sa bumibili o umuupa, sa portal ng pagtutugma ng real estate, ang mga potensiyal na bibili o uupa ay maaaring kuwalipikado (profile sa paghahanap) at itutugma at iuugnay sa mga pag-aaring inaalok ng mga ahente ng real estate.

MGA NILALAMAN

PAUNANG SALITA

Noong 2011, bumo ako at gumawa ng ideyang nakasalarawan dito para sa innovative na proseso sa pagtutugma ng real estate.

Mula noong 1998, naugnay ako sa negosyo ng real estate (kasama ang brokerage ng real estate, pagbili at pagbenta, pagtatasa, pag-upa at pag-develop ng pag-aari). Ako ay isang realtor (IHK), real estate economist (ADI) at sertipikadong eksperto sa real estate valuation (DEKRA) gayon din ay miyembro ng kilala sa buong mundong samahan ng real estate ng Royal Institution of Chartered Surveyors (MRICS).

Matthias Fiedler
Korschenbroich, 10/31/2016
www.matthiasfiedler.net

1. Ang Konsepto ng Innovative na Pagtutugma ng Real Estate: Pinadaling Real Estate Brokerage

Pagtutugma ng Real Estate: Episyente, madali at propesyonal na real estate brokerage na may innovative na protal sa pagtutugma ng real estate

Sa halip na "pagdadala "ng mga pag-aari sa bumibili o umuupa, sa portal (app) ng pagtutugma ng real estate, ang mga potensiyal na bibili o uupa ay maaaring kuwalipikado (profile sa paghahanap) at itutugma at iuugnay sa mga pag-aaring inaalok ng mga ahente ng real estate.

2. Mga Layunin ng Mga Potensiyal na Bibili o Umuupa at Natitinda ng Pag-aari

Mula sa pananaw ng mga nagbebenta ng real estate at mga kasera, mahalagang ibenta o paupahan agad ang pag-aari nila sa pinakamataas na posibleng presyo.

Mula sa pananaw ng mga potensiyal na bibili at uupa, mahalagang mahanap ang tamang pag-aari para matugunan ang mga pangangailangan nila at maupahan o bilhin ito nang kasing bilis at dali nang posible.

3. Mga Nakaraang Pamamaraan sa Paghahanap ng Real Estate

Sa pangkalahatan, ang mga bumibili o umuupa ng real estate ay gumagamit ng malalaking online na portal ng real estate para maghanap ng mga pag-aari sa nais nilang rehiyon. Doon, maaari silang magkaroon ng mga pag-aari o listahan ng makabuluhang link sa mga pag-aari na ipadadala sa kanila sa pamamagitan ng e-mail kapag nagtalaga sila ng maikling profile sa paghahanap. Madalas itong ginagawa sa 2 hanggang 3 portal ng real estate. Pagkatapos, ang karaniwang kokontakin ang nagtitinda sa pamamagitan ng e-mail. Bilang resulta, ang nagbebenta o ang kasera ay nagkakaroon ng pagkakataon at pahintulot na makipag-ugnayan sa interesadong partido.

Bilang karagdagan, ang mga potensiyal na bumibili o umuupa ay kokotak sa mga indibiduwal na ahente ng real estate sa kanilang rehiyon at ang profile sa paghahanap ay lilikhain para sa kanila.

Ang mga tagapaglaan sa mga real estate portal ay mula sa pribado at komersiyal na sektor ng real estate. Ang mga komersiyal na tagapaglaan ay karamihang mga ahente ng real estate, at sa ilang kaso ang mga kompanya ng konstruksiyon, mga broker ng real estate at ibang kompanya ng real estate (sa tekstong ito, ang mga komersiyal na tagapaglaan ay tinutukoy bilang mga ahente ng real estate).

4. Disbentahe ng Mga Pribadong Tagapaglaan / Bentage ng Mga Ahente ng Real Estate

Sa mga binebentang real estate na pag-aari, ang mga pribadong nagbebenta ay hindi laging makakagarantiya ng agarang benta. Sa kaso ng namanang pag-aari, halimbawa, maaaring walang kasunduan sa mga nagmamana o nawawala ang sertipiko ng pagmamana. Bilang karagdagan, ang di malinaw na legal na usapin tulad ng karapatan sa paninirahan ay maaaring makahirap sa pagbenta.

Para sa mga inuupahang pag-aari, maaaring maganap na ang pribadong kasera ay hindi nakatanggap ng mga opisyal na pahintulot, halimbawa, ang mga inaatasang umupa ng komersiyal na espasyo bilang tirahan.

Kapag kumikilos ang ahente ng real estate bilang tagapaglaan, sa pangkalahatan ay nalinaw na niya ang nakaraang nabanggit na mga aspeto. Higit pa, lahat ng makabuluhang dokumento ng real estate (plano ng sahig, plano ng site,, sertipikasyon sa enerhiya, rehistro ng titulo, mga opisyal na dokumento, atbp.) ay karaniwang makukuha na. Bilang resulta, ang pagbenta o pag-upa ay mabilis na makukumpleto at walang kumplikasyon.

5. Pagtutugma ng Real Estate

Upang itugma ang mga interesadong bumibili o
umuupa sa mga nagbebenta o kasera nang kasing
bilis at episyente hangga't posible, sa
pangkalahatan ay mahalagang gumawa ng
sistematiko at propesyonal na pamamaraan.

Ginawa ito dito sa pamamaraan (o proseso) na
baligtad na nakatuon sa proseso ng paghahanap at
pagkita sa pagitan ng mga ahente ng real estate at
interesadong partido. Nangangahulugan ito na sa
halip na "pagdadala "ng mga pag-aari sa bumibili
o umuupa, sa portal (app) ng pagtutugma ng real
estate, ang mga potensiyal na bibili o uupa ay
maaaring kuwalipikado (profile sa paghahanap)
at itutugma at iuugnay sa mga pag-aaring inaalok
ng mga ahente ng real estate.

Sa unang hakbang, ang mga potensiyal na bibili o
umuupa ay nagtatakda ng partikular na profile sa
paghahanap sa portal ng pagtutugma ng real

estate. Ang profile ng paghahanap ay may kasamang 20 katangian. Ang mga sumusunod na katangian ay maaariing isama (hindi kumpletong listahan) at mahalaga sa profile ng paghahanap.

- Rehiyon / Zip Code / Lungsod
- Uri ng bagay
- Sukat ng pag-aari
- Lugar ng tirahan
- Presyo ng pagbili / upa
- Taon ng konstruksiyon
- Mga palapag
- Bilang ng kuwatrto
- Inuupahan (oo/hindi)
- Silong (oo/hindi)
- Balkonahe/Terasa (oo/hindi)
- Paraan ng pagpapainit
- Paradahan (oo/hindi)

Ang mahalaga dito ay ang mga katangian na hindi mano-manong pinapasok, pero sa halip ay pinipili sa pamamagitan ng pag-click o pagbukas sa mga makabuluhang field (hal. uri ng pag-aari) mula sa listahan ng nadetermina nang posibilidd: apartment, tahanan ng isang pamilya, warehouse, opisina, atbp.

Kung nais, maaaring magtakda ang mga interesadong partido ng mga karagdagang profile sa paghahanap. Posible rin ang pagbabago sa profile ng paghahanap.

Bilang karagdagan, ang mga potensiyal na bibili o uutang ay magpapasok ng kumpletong data sa pakikipag-ugnay sa mga partikular na field. Kasama dito ang apelyido, unang pangalan, kalye, numero ng bahay, zip code, lungsod, telepono at e-mail address.

Sa kontekstong ito, ang mga interesadong partido ay nagbibigay ng pahintulot nila para makontak at makatanggap ng mga tugmang pag-aari mula sa mga ahente ng real estate.

Ang mga interesadong partido ay papasok din sa kontrata sa operator ng protal ng pagtutugma ng real estate.

Sa susunod na pahina, ang mga profile ng paghahanap ay magagamit ng mga konektadong ahente ng real estate, na hindi pa nakikita, sa pamamagitan ng application programming interface (api) –halimbawa ay katulad ng Aleman na programming interface "openimmo". Dapatitala dito na ang programming interface na ito –pangunahin ay susi sa pagpapatupad –ay dapat sumuporta o gumarantiya na lumipat sa halos lahat ng real estate software solution na kasalukuyang ginagamit. Kung hindi ito ang kaso, dapat gawin itong teknolohikang posible. Dahil may mga ginagamit nang programming interfaces tulad ng nabanggit na "openimmo", pati na iba, kailangang maging posibleng ilipat ang profile ng paghahanap.

Ngayon, ihahambing ng mga ahente ng real estate ang profile sa mga pag-aaring kasalukuyang nasa merkado. Para sa layuning ito, ang mga pag-aari ay naka-upload ng portal ng pagtutugma ng real estate at ikukumpara at iuugnay sa makabuluhang katangian.

Matapos makumpleto ang paghahambing, ang ulat na nagpapakita sa pagtugma ay gagawin. Simula sa 50% tugma, ang profile ng paghahanap ay gagawing makikita sa software ng ahensiya ng real estate.

Ang mga indibiduwal na katangian ay pagtitimbangin laban sa isa't isa (sistema ng punto) para makalipas ipaghambing ang mga katangian, ang porsiyento ng pagtutugma (probabilidad ng pagtutugma) ay aalamin. Halimbawa, ang katangiang "uri ng pag-aari "ay titimbangin ng mas mataas sa katangiang "lugar ng tirahan". Bilang karagdagan, ang ilang mga katangian (hal. silong) ay maaaring piliin na dapat mayroon ang pag-aari.

Sa kurso ng paghahambing ng mga katangian para sa pagtutugma, dapat ding matiyak na ang mga ahente ng real estate ay may access lang sa mga nais (booked) nilang rehiyon. Binabawasan nito ang trabaho sa paghahambing ng data. Partikular na mahalaga ito dahil ang mga ahensiya ng real estate ay madalas tumatakbo sa rehiyonal na batayan. Dapat itala dito na sa pamamagitan ng mga cloud solution, posible ngayong mag-imbak at magproseso ng maramihang data.

Upang magarantiya ang propesyonal na real estate brokerage, tanging mga ahente ng real estate ang makakatanggap ng access sa mga profile ng paghahanap.

Hanggang dito, ang mga ahente ng real estate ay papasok sa kontrata sa operator ng protal ng pagtutugma ng real estate.

Matapos ang makabuluhang paghahambing/pagtutugma, maaaring kontakin ng ahente ng real estate ang interesado at sa kalaunan ang mga interesadong partido ay maaaring kumontak sa ahensiya ng real estate. Kung nagpadala ang ahente ng real estate ng ulat sa potensiyal na bibili o uupa, nangangahulugan din ito na ang ulat sa aktibidad o claim ng ahente para sa komisyon ng real estate ay nakadokumento sa kaso ng nakumpletong pagbenta o lease.

Nasa ilalim ito ng kundisyon na ang ahente ng real estate ay inempleyo ng may-ari ng pag-aari (nagbebenta o kaseara) para sa paglalagay ng pag-aari o binigyan ng pahintulot na ialok nila ang pag-aari.

6. Sakop ng Aplikasyon

Ang pagtutugma sa real estate na nakasalarawan dito ay angkop sa pagbebenta at pagpapaupa ng real estate sa residensiyal at komersiyal na sektor. Para sa komersiyal na real estate, ang nauukol na katangian ng real estate ay kailangan.

Maaari ring may ahente ng real estate sa panig ng mga potensiyal na bibili o uupa, tulad ng madalas na ginagawa sa kasanayan, halimbawa kung kinomisyon siya ng mga kliyente.

Pagdating sa mga heyograpikong rehiyon, ang portal sa pagtutugma ng real estate ay angkop sa halos bawat bansa.

7. Mga Bentahe

Ang proseso sa pagtutugma ng real estate na ito ay naghahandog ng malaking bentahe sa mga potensiyal na bibili at magbebenta, sila man ay naghahanap sa sarili nilang lugar (lugar ng tirahan) o lumilipat sa ibang lungsod o rehiyon para sa kadahilanang kaugnay ng trabaho.

Kailangan lang nilang ipasok ang kanilang profile sa paghahanap ng minsan para makatanggap ng impormasyon tungkol sa mga tugmang pag-aari mula sa mga ahente ng real estate na tumatakbo sa nais na rehiyon.

Para sa mga ahente ng real estate, nagbibigay ito ng mga pangunahing bentahe pagdating sa pagiging episyente at katipiran sa oras para sa pagbenta o pag-upa.

Nakakatanggap sila ng agarang kabuuang pananaw kung gaano kataas ang potensiyal ang mga tunay na interesadong partido sa bawat nauukol na pag-aaring inaalok nila.

Higit pa, ang mga ahente ng real estate ay maaaring direktang makalapit sa makabuluhan nilang pangkat na tinatarget, na pinag-isipan ang kailang "pangarap "na pag-aari sa proseso ng pagtatayo ng kanilang profile sa paghahanap. Maitataguyod ang ugnayan, halimbawa, sa pagapadala ng mga ulat ng real estate.

Pinatataas nito ang kalidad ng pakikipag-ugnay sa mga interesadong partido na alam ang hinahanap nila. Pinababababa rin nito ang bilang ng mga kasunod na appointment para tingnan ang pag-aari na sa kalaunan ay nagpapabawas sa kabuuang panahon ng pagbebenta para sa mga ibo-broker na pag-aari.

Matapos matingnan ng potensiyal na bibili o uupa ang pag-aaring ilalagay, ang kontrata sa pagbili o lease ay matatapos, tulad ng tradisyonal na pagmamarket ng real estate.

8. Halimbawang Kalkulasyon (Potensiyal) – tanging mga tirahang okupado ng may-ari at mga tahanan (walang inuupahang apartment o bahay o komersiyal na pag-aari)

Ang sumusunod na halimbawa ay malinaw na magpapakita sa potensiyal ng portal ng pagtutuma ng real estate.

Sa heyograpikong lugar na may 250,000 residente, katulad ng lungsod ng Mönchengladbach (Alemanya), mayroong - istatistikong rounded - tinatayang 125,000 tahanan (2 residente kada tahanan). Ang karaniwang rate ng relokasyon ay tinatayang 10%. Nangangahulugan ito na 12,500 tahanan ang lumilipat bawat taon. Ang bahagi ng palipat papunta sa o palipat paalis sa Mönchengladbach ay hindi isinasaalang-alang dito. Tinatayang 10,000 tahanan (80%) ang naghahanap ng uupahang pag-aari at mga 2,500 tahanan (20%) ang naghahanap ng pag-aaring binebenta.

Ayon sa ulat ng merkado ng pag-aari mula sa tagapagpayong komite para sa lungsod ng Mönchengladbach, mayroong 2,613 pagbili ng real estate sa 2012. Kinukumpirma nito ang dati nang nabanggit na bilang na 2,500 potensiyal na bumibili. Mas madami sa aktuwal, pero hindi lahat ng potensiyal na bumibili ang nakahanap ng gusto nilang pag-aari. Ang bilang ng aktuwal na interesadong potensiyal na bibili - o sa partikular, ang bilang ng mga profile ng paghahanap - ay tinatayang dalawang beses ang dami ng karaniwang rate ng paglipat na halos 10%, iyon ay 25,000 profile sa paghahanap. Kasama dito ang posibilidad na ang mga potensiyal na bibili ay nagtatakda ng maraming profile sa paghahanap sa portal ng pagtutugma ng real estate.

Maaari ring banggitin na batay sa karanasan, halos kalahati ng lahat ng potensiyal na bibili at uupa sa ngayon ay nakahanap ng pag-aari nila sa pakikipagtulungan sa ahente ng real estate; dumaragdag hanggang 6,250 tahanan.

Pinapakita rin ng nakaraang karanasan na hindi bababa sa 70% ng lahat ng tahanan ay naghanap ng real estate sa pamamagitan ng portal ng real estate sa Internet, na sa kabuuan ay 8,750 tahanan (tumutugon sa 17,500 profile ng paghahanap).

Kung 30% ng lahat ng potensiyal na bumibili at nagbebenta, nangangahulugang 3,750 tahanan (o 7,500 profile ng paghahanap) ay maglalagay ng profile ng paghahanap sa portal ng pagtutugma ng real estate (app) para sa lungsod na tulad ng Mönchengladbach, ang mga konektadong ahente ng real estate ay maaaring mag-alok ng angkop na pag-aari sa mga potensiyal na bibili sa pamamagitan ng 1,500 partikular na mga profile ng paghahanap (20%) at sa mga potensiyal na umuupa sa pamamagitan ng 6,000 partikular na mga profile ng paghahanap (80%).

Nangangahulugan ito na sa average na tagal ng paghahanap na 10 buwan at sample na presyong EUR 50 kada buwan sa bawat profile ng paghahanap na ginawa ng mga potensiyal na bibili o uupa, may potensiyal ng pagbenta na EUR 3,750,000 bawat taon na may 7,500 profile ng paghahanap para sa lungsod na may 250,000 residente.

Sa pag-intindi nito mula sa data sa buong Alemanya na ang populasyon ay ibinuo sa 80,000,000 (80 milyon) residente, nagreresulta ito sa potensiyal ng benta na EUR 1,200,000,000 (EUR 1.2 bilyon) bawat taon. Kung 40% ng lahat ng potensiyal na bibili o uupang hinanap para sa kanilang real estate sa pamamagitan ng portal ng pagtutugma ng real estate sa halip na 30%, ang potensiyal ng benta ay tataas sa EUR 1,600,000,000 (EUR 1.6 bilyon) bawat taon.

Ang tinutukoy lang ng potensiyal ng benta ay ang okupado ng may-ari na mga apartment at tahanan. Ang mga pag-aari sa pag-upa at pamumuhunan sa residensiyal na sektor ng real estate at ang kabuuang komersiyal na sektor ng real estate ay hindi kasama sa kalkulasyong ito ng potensiyal.

Sa tinatayang 50,000 kompanya sa Alemanya na nasa negosyong brokerage ng real estate (kasama ang mga ahensiya ng real estate, mga kompanya ng konstruksiyon, mga nangangalakal ng real estate, at ibang kompanya ng real estate), tinatayang 200,000 empleyado at bahagi ng 20% ng 50,000 kompanyang ito na gumagamit ng protal ng pagtutugma ng real estate na ito na may average na 2 lisensiya, ang resulta (ilalapat ang sample na presyong EUR 300 kada buwan kada lisensiya) ay potensiyal ng benta na EUR 72,000,000 (EUR 72 milyon) bawat taon. Higit pa, kung ang rehiyonal na booking ng mga lokal na profile ng paghahanap ay ipatutupad, ang makabuluhang karagdagang potensiyl ng benta ay magagawa depende sa disenyo.

Sa napakalaking potensiyal na ito ng mga posibleng bibili at uupa na may partikular na mga profile ng paghahanap, hindi na kailangan ng mga ahente ng real estate na i-update ang sarili nilang database –kung mayroon sila –ng mga interesadong partido. Bilang karagdagan, ang dami ng mga kasalukuyang profile ng paghahanap ay malamang lalagpas sa dami ng mga profile ng paghahanap na nilikha na ng maraming ahente ng real estate sa mga sarili nilang database.

Kung ang innovative na portal sa pagtutugma ng real estate na ito ay gagamitin sa ilang bansa, ang mga potensiyal na bibili mula sa Alemanya ay maaari, halimbawa, gumawa ng profile ng paghahanap para sa mga pambakasyon na apartment sa mediterranean na isla ng Majorca

(Espanya) at ang mga konektadong ahente ng real estate sa Majorca ay maaaring magpakita ng kanilang mga tugmang apartment sa mga potensiyal nilang Alemanyang kliyente sa pamamagitan ng e-mail. Kung ang mga ulat ay nasa Espanyol, ang mga potensiyal na uupa sa ngayon ay maaaring na lang gumamit ng programa para magsaling-wika mula sa Internet para mabilis na maisalin ang teksto sa Aleman.

Upang maipatupad ang pagtutugma ng mga profile ng paghahanap sa mga magagamit na pag-aari nang walang sagabal sa wika, ang paghahambing ng mga nauukol na katangian ay magagawa sa loob ng protal ng pagtutugma ng real estate batay sa mga naka-program (mathematical) na katangian, anuman ang wika, at ang makabuluhang wika ay itatalaga sa katapusan.

Kapag ginagamit ang portal ng pagtutugma ng real estate sa lahat ng kontinente, ang dating nabanggit na potensiyal ng benta (para lang sa mga interesadong maghanap) kapag sinuri ang data ay kamukha ng sumusunod.

Pandaigdigang populasyon:
7,500,000,000 (7.5 bilyon) Residente

1. Populasyon sa mga industrialized na bansa at mga halos buong industrialized na bansa:
2,000,000,000 (2.0 bilyon) Residente

2. Populasyon sa mga lumalabas na bansa:
4,000,000,000 (4.0 bilyon) Residente

3. Populasyon sa mga umuunlad na bansa:
1,500,000,000 (1.5 bilyon) Residente

Ang taunang potensiyal ng benta para sa Alemanya ay iko-convert at ipo-project bilang EUR 1.2 bilyon sa 80 milyong residente na may sumusunod na pinalalagay na salik para sa mga industrialized, lumalago at umuunlad bansa.

1. Mga industrialized na bansa: 1.0

2. Mga lumalago na bansa: 0.4

3. Mga umuunlad na bansa: 0.1

Ang resulta ay ang sumusunod na taunang potensiyal sa benta (EUR 1.2 bilyon x populasyon (industrialized, lumalago o umuunlad na bansa) / 80 milyong residente x factor).

1. Mga industrialized
   na bansa: EUR   30.00 bilyon

2. Mga lumalabas
   na bansa: EUR   24.00 bilyon

3. Mga umuunlad
   na bansa: EUR   2.25 bilyon

Kabuuan: **EUR   56.25 bilyon**

9. Konklusyon

Ang nakalarawang portal ng pagtutugma ng real estate ay naghahandog ng mga makabuluhang bentahe sa mga naghahanap ng real estate (mga interesadong partido) at para sa mga ahente ng real estate.

1. Ang kailangang oras para maghanap ng mga angkop na pag-aari ay makabuluhang mababawasan para sa mga interesadong partido dahil kailangan lang nilang gawin ang kanilang profile sa paghahanap nang minsan.

2. Kumukuha ang ahente ng real estate ng kabuuang pananaw ng bilang ng mga potensiyal na bibili o uupa, kasama ang impormasyon sa mga partikular nilang pangangailangan (profile ng paghahanap).

3. Ang mga interesadong partido ay makakatanggap lang ng nais o tugmang pag-aari (batay sa profile ng paghahanap)

mula sa lahat ng mga ahente ng real estate (tulad ng awtomatikong paunang pagpili).

4. Babawasan ng mga ahente ng real estate ang pagsusumikap nilang mentinahin ang sarili nilang database ng mga profile ng paghahanap dahil maraming kasalukuyang profile ng paghahanap ang permanenteng magagamit.

5. Dahil tanging mga komersiyal na tagapaglaa/ahente ng real estate ang konektado sa portal ng pagtutugma ng real estate, ang mga potensiyal na bibili o uupa ay maaaring makipagtulungan sa mga may karanasang ahente ng real estate.

6. Mababawasan ng mga ahente ng real estate ang dami ng appointment nila sa pagpapakita at ang kabuuang panahon ng pagbebenta. Bilang kapalit, ang dami ng mga appointment para tingnan ng mga potensiyal na bibili o uupa ay

mababawasan pati na ang oras para sa natapos na kontrata sa pagbili o pag-upa.

7. Makakatipid din sa oras ang mga may-ari ng pag-aaring ibebenta o pauupahan. May higit pang mga pinansiyal na benepisyo, na may mas kaunting bakanteng oras para sa mga pinauupahang pag-aari at mas mabilis na bayad sa pagbili ng mga pag-aaring binebenta bilang resulta ng mas mabilis na pag-upa o pagbenta.

Sa pagpapatupad ng konseptong ito sa pagtutugma ng real estate, makabuluhang progreso ay makakamit sa brokerage ng real estate.

10. Isinasama ang Portal ng Pagtutugma ng Real Estate sa Bagong Software ng Ahensiya ng Real Estate, Kabilang ang Pagtatasa ng Real Estate

Bilang panghuling komento, ang portal sa pagtutugma ng real estate na nakasalarawan dito ay maaaring makabuluhang bahagi ng bagong - mas mainam kung magagamit sa buong mundo - software na solusyon para sa ahensiya ng real estate mula sa simula. Nangangahulugan ito na ang mga ahente ng real estate ay maaaring gumamit ng portal ng pagtutugma ng real estate bilang karagdagan sa umiiral nilang mga software solution ng ahensiya ng real estate o mas mainam ay gamitin ang bagong mga software soluton ng ahensiya ng real estate kasama ang portal sa pagtutugma ng real estate.

Sa pagsama ng episyente at innovative na portal sa pagtutugma ng real estate sa bagong software ng ahensiya ng real estate, ang pundamental na kakaibang punto sa pagbebenta para sa software ng ahensiya ng real estate ay gagawin na magiging mahalaga para makapasok sa merkado.

Dahil ang pagtatasa ng real estate ay at mananatiling mahalagang bahagi ng ahensiya ng real estatem ang software ng ahensiya ng real estate ay dapat magtampok ng isinamang kasangkapan sa pagtatasa ng real estate. Ang pagtatasa sa real estate na may kaukulang pamamaraan sa kalkulasyon ay makaka-access sa mga makabuluhang parametro ng data mula sa ipinasok/nai-save na pag-aari ng ahensiya ng real estate. Gayundin, mapupunan ng ahensiya ng real estate ang mga kulang na parametro sa sarili niyang kadalubhasaan sa rehiyonal na merkado.

Higit pa, ang software ng ahensiya ng real estate ay dapat may opsyon na isama ang mga virtual na tour ng real estate ng mga available na pag-aari. Maaari itong madaling ipatupad sa pamamagitan ng paggawa ng karagdagang app para sa mga cellphone at/o mga tablet na maaaring mag-record at isama o ibuo ang virtual na tour ng real estate - sa kadalasan ay awtomatiko - sa software ng ahensiya ng real estate.

Kung ang episyente at innovative na portal sa pagtutugma ng real estate ay isinama sa bagong software ng ahensiya ng real estate kasama ng appraisal ng real estate, ang mga posibleng potensiyal ng pagbebenta ay muling makabuluhang mapatataas.

Matthias Fiedler
Korschenbroich, 10/31/2016

Matthias Fiedler
Erika-von-Brockdorff-Str. 19
41352 Korschenbroich
Germany
www.matthiasfiedler.net

www.ingramcontent.com/pod-product-compliance
Lightning Source LLC
Chambersburg PA
CBHW071525210326
41597CB00018B/2901